TRACES OF MY HOMELAND

DẤU QUÊ

Khế Iêm

TRACES OF MY HOMELAND

DẤU QUÊ

Poems

A Bilingual Edition
Ấn Bản Song Ngữ

Translator: Do Vinh
Editor: Carol J. Compton

Tan Hinh Thuc Publishing Club

Tan Hinh Thuc Publishing Club
P. O. Box 1745
Garden Grove, CA 92842

World Wide Web Site
http://www.thotanhinhthuc.org

Printed in The United States of America

Traces Of My Homeland
Dấu Quê
Khế Iêm

Library of Congress Control Number: 2013947386

ISBN 978-0-9885096-3-4

TRACES OF MY HOMELAND

DẤU QUÊ

CONTENTS

MỤC LỤC

Part 3

Front cover: Painting by Nguyễn Đại Giang
Bìa: Tranh Nguyễn Đại Giang

TRACES OF MY HOMELAND

DẤU QUÊ

GIỚI THIỆU DẤU QUÊ

Tom Riordan

Tập "Dấu Quê" của Khế Iêm có tính đổi mới, nét hấp dẫn, lại dễ hiểu, tất cả cùng một lúc – là điều hiếm có trong thơ! Bài thơ đầu tiên cung cấp một dẫn nhập tốt về thi pháp của ông, cũng như về sự phát hiện của tập thơ rằng chúng ta làm gì với những hồi ức đầy tiềm lực [để bùng phát] về những nơi chốn chúng ta đã mất đi:

trút hơi   thở
          và ngồi duỗi ra
vào một nơi tưởng là đã tay trắng
     khom
     lưng   bất động như thế cho đến khi giọt
     chuông chiều kia làm tan đi người và   vật
     kiến tạo im ắng mà lâu nay   bị
     che lấp bởi cánh liếp của   lời kinh

Chúng ta thảy đều từng bị đuổi khỏi nhiều nơi chốn, khởi đầu là khỏi tử cung người mẹ, và rồi vào một thời điểm nào đó, khỏi tuổi thơ. Chúng ta đã từng lìa khỏi – hoặc là, trái với ý nguyện của chúng ta, từng bị buộc phải lìa khỏi – những người, những ngôi nhà, những thành phố, những quốc gia. Những gì chúng ta còn lại là những hồi ức của một bản ngã xưa cũ mà nó cùng đi theo tới nơi ở mới của chúng ta, nơi mà tại đó chúng ta cần phải xây đắp một bản ngã mới. Chúng ta xử trí thế nào với những hồi ức đó?

INTRODUCTION TO TRACES OF MY HOMELAND

Tom Riordan

"Traces of My Homeland" by Khe Iem is innovative, fascinating and clear, all at once – rare, in poetry! The first poem gives a good introduction to his poetics, as well as to the book's exploration of what we do with potent memories of places we've lost:

pour out   breaths
            and sit stretched
into a place empty-handed
        bend

        back   motionless as such until a drop
        of afternoon bell dissolves the self and   objects
        that are created lie silent as in the past   being
        covered up by the lattice wings of   prayers

We've all been kicked out of places, starting with the womb and then, at some point, childhood. We have moved away from – or been removed against our will from – people, houses, cities, nations. What we are left with are powerful memories of an old self that comes along to our new location, where we need to construct a new self. How do we deal with those memories?

Trong bài thơ có tựa đề "Dấu Quê", Khế Iêm tự hỏi liệu là đủ chăng khi

phà vào lũ mục
tử bằng đất nung
với tay nhón cái phôi

pha với khói

và

vẽ lại hình dạng đã thành quen
thói

Trong bài "Với Gió", ông suy tính xem liệu có thể

ngồi lênh đênh trên đồi tranh   cởi nắng
buộc vào cành non.

Xuyên suốt những bài thơ đó, là nét thuần nhất rõ rệt. Hầu như bất kì bài thơ nào cũng có thể biểu trưng cho toàn tập thơ, tuy thế lại không là sự lặp lại. Hết thảy chúng ta, hoặc là

phố lai lai (cáu)
đấm như trời giáng vào
mênh

hoặc

há
miệng cho chim chóc nhặt những
cọng mây giắt răng

In his title poem "Vestiges," Khe Iem wonders if it is enough to

breathe life into
clay figurines of herders
reach out to pinch the

vanishing smoke

and

redrawing the images that have become
habitual

In "With the Wind," he contemplates the possibility of

sitting atop a grassy hill   untying sunlight
tying it to a young branch.

All through these poems, there is a fine unity. Almost any of them could represent the whole collection, yet there is no repetition. Whether we are all

A town of half-breeds (angered)
punching the air, lost to
the world

or an

open
mouth for the birds to
gather cloud,

hoặc

duỗi một chân
đồng thời ném mẫu thuốc ra ngoài không

gian

hoặc

câm như thóc

Khế Iêm có quan điểm thực dụng và đầy niềm thương cảm,

túm lấy hồn nhiên
hỏi cho ra chỗ vô lý

Cố gắng neo chặt vào những vấn đề thực tiễn của cuộc sống, nhưng ông nhìn ra nét hài hước trong chúng –

mai nhớ ra ga trở về nơi chôn nhau
nhé

Như vậy, đâu là sự dự đoán của ông, và của chúng ta? Có những

tình câm

nén lại ngoài cửa ngoài

or

stretching one leg out
while simultaneously flicking a cigarette butt into

space

or

mute as paddy

Khe Iem's viewpoint is pragmatic and compassionate,

grasping for the natural
requesting the unreasonable

that was it for me

Trying to stay anchored in life's practicalities, he sees the humor in them –

tomorrow remember to leave for the station to return
to one's birthplace

okay

So then, what is his, and our, prognosis? There are

feelings of falling in love

suppressed from beyond the front door

Chúng ta có được những cơ hội. Như trong bài "Ấm Ớ", nếu chúng ta đủ mạnh để

trói chặt
những khoảng khắc, và ngã
hôn tang thương
cùng mộng

thì chúng ta có cơ may để

chộp lấy hoang vu trên mắt biếc
hôn nhanh nhanh

Nếu chúng ta có thể gom đủ niềm can đảm để giữ được một khoảng cách nào đó giữa bản thân chúng ta với quá khứ, thì chúng ta có thể thành công trong cuộc di cư tị nạn. Trong bài thơ cuối cùng, "Gửi Người Đồng hành", những người nhập cư thành tựu đó rời bỏ nguồn gốc của họ – dù đó là nơi trước-khi-ra-đời, là tuổi thơ, hoặc quê hương –

đang run lên vì mưa sa
                    ngoài dặm
một cõi thinh không nằm trong sương

Đối với tôi, đó dường như là khoảnh khắc mà nhà thơ đã tới được một nơi nào khác, đã nói lời chào tạm biệt cái xưa cũ, và cuối cùng dường như sẵn sàng để bước vào và ngụ cư tại nơi nào đó mới mẻ.

Vậy nên vào lúc này tôi đã trông đợi tập thơ kế tiếp của Khế Iêm rồi. Ông ta đã tới được nơi đâu? Ông đã tìm kiếm được những gì? Cái tôi mới của ông sẽ nói lên những gì, khi giờ đây ông không còn là một di dân, mà là một lãng tử?

Phạm Kiều Tùng dịch

We have opportunities. If, as in "Stammering," we are strong enough to

bind
the moments, and cast
a mournful kiss
to dreams

we have a chance of

catching the wildness in azure eyes
kissing quickly

If we can gather up enough courage to put some distance between ourselves and the past, we can successfully emigrate. In the last poem, "To Those Who Made the Journey," these successful immigrant leave their origins – whether prebirth, childhood or homeland–

shuddering in a heavy rainfall
                                        miles away
a silent empty region lying in the mist

To me, this feels like the moment where the poet has arrived somewhere else, has said goodbye to the old, and finally feels ready to enter and inhabit something new.

So, I look forward to Khe Iem's next book now too. Where has he come to? What has he found? What will his new self say, now that he is no longer an emigrant, but an adventurer?

GHI CHÚ CỦA TÁC GIẢ

Tập thơ "Dấu Quê" được sáng tác trong khỏang 1994 – 1996, xuất bản lần thứ nhất tháng 12 – 1996. Đây là tập thơ tự do, sau tập thơ vần điệu được sáng tác tại Việt nam, tập "Thanh Xuân", theo phong cách truyền thống thơ Việt, ý ở ngòai lời. Thơ tự do "Dấu Quê" chủ vào việc tìm kiếm cấu trúc thơ trong quan điểm hình thức và nội dung là một, khác hẳn với những dòng thơ tự do Việt nam trước đó, đặc biệt là vào thập niên 1960 ở cả miền Nam lẫn miền Bắc, chủ vào cái hay của ngôn từ. Có thể nói, do sự khác biệt khí hậu văn hóa đã tạo ra hai cách làm thơ khác hẳn.

Nhà thơ Tom Riordan cho rằng,

> "Những gì chúng ta còn lại là những hồi ức của một bản ngã xưa cũ mà nó cùng đi theo tới nơi ở mới của chúng ta, nơi mà tại đó chúng ta cần phải xây đắp một bản ngã mới. Chúng ta xử trí thế nào với những hồi ức đó?"

Điều đó có thể đúng với đời sống hiện thực, nhưng trong thơ thì sao? Tôi cho rằng khi hòa nhập vào khí hậu văn hóa khác, chúng ta không hề rời bỏ cái ngã cũ hay tạo ra cái ngã mới, mà thật ra chúng ta hòa nhập vào cái không–ngã. Nếu không thì chúng ta chẳng bao giờ tạo ra được một dòng thơ khác.

AUTHOR'S NOTES

This collection of poetry, "Traces of My Homeland", was composed by Vietnamese language between 1994 and 1996 and was published as "Dấu Quê" in December of 1996. It is structural poetry which form is only an extension of content. Another formal poetry collection (including some free verse), "Thanh Xuân" (Youth), which I composed a long time ago in Viet Nam (1970s and 1980s) depended on excellent words and an *idea-beyond-words*. "Thanh Xuân" was composed in Viet Nam; "Traces of My Homeland" was composed in the United States. So we can say that the cultural climate creates different ways of composing poetry.

Poet Tom Riordan wrote, in the introduction to "Traces of My Homeland",

> "What we are left with are powerful memories of an old self that comes along to our new location, where we need to construct a new self. How do we deal with those memories?"

This would be true in real life, but how about in poetry? I think that when we integrate ourselves into different cultural climates, we never leave the old self or create a new self but instead integrate into the no–self. If we do not integrate into the no-self, we cannot fly into a new space to make a different kind of poetry.

Sau "Dấu Quê", tôi không còn làm thơ vần điệu hay thơ tự do nữa, mà chuyển qua thơ Tân hình thức Việt, một thể loại nối kết được rất nhiều yếu tố thơ từ truyền thống tới hiện đại, từ thơ tiếng Anh tới thơ tiếng Việt. Đưa tới khả năng, báo hiệu những sáng tác mang tính tập thể. Bởi trong thời đại của mạng xã hội, mỗi cá nhân vừa hiện diện, vừa không hiện diện, mập mờ giữa ảo và thực. Mạng xã hội nối kết và hoà tan con người thành những hiện thân (avatar) vô danh. Vì thế, sáng tác đơn lẻ của một cá nhân cần kết hợp với những sáng tác tập thể để đáp ứng với tầm vóc của thời đại.

> "Mỗi nhà thơ như một tinh cầu cô lẻ, mở ra một lối riêng chỉ vừa một người đi trong cái dù che của từ pháp, chỉ vài năm là bí lối. Trong khi thơ, đáng ra không thể là tiểu lộ, phải là đại lộ, hàng ngàn người cùng đi mà vẫn rộng thênh, không thấy đường cùng."
> *(Bước Ra, Khế Iêm, Tan Hinh Thuc Publishing Club)*

Tập thơ song ngữ Tân hình thức "Thơ Khác", xuất bản năm 2011, cùng với "Dấu Quê" là hai tập thơ sáng tác ở Mỹ, như được sinh ra trong sự tình cờ của lịch sử, bởi nếu không có ngày 30 tháng 4 – 1975 thì tôi không có mặt trên đất nước này.

Tôi chân thành cám ơn nhà biên tập Carol J. Compton, dịch giả Do Vinh và nhà thơ Tom Riordan đã dành cho tôi rất nhiều cảm tình trong cuộc hành trình đầy thi vị này, của thơ.

After writing “Dấu Quê”, I discovered a movement of American New Formalists that already existed and joined with them; then I founded Vietnamese New Formalism. Vietnamese New Formalism is a kind of poetry which links many principles together, from traditional to modern, from English language to Vietnamese language poetry, and predicts composition by the masses. Maybe in the age of Facebook, “each individual has a presence, without being present, creating ambiguity between the virtual and the real. Social networks and personal connections dissolve into the anonymous incarnations of avatars. So, the compositions of the individual ought to be combined with collective compositions as a response to the magnitude of the era.

> “Each poet who travels under the umbrella of rhetoric forges a narrow path like a lonely planet. That path will lead to a dead-end in a few years. Poetry cannot be a narrow path for one; it should be a large thoroughfare for thousands and thousands of travelers, and it should even have room for more. It should lead to infinity, not to a dead-end. *(Khế Iêm, Stepping Out, Tan Hinh Thuc Publishing Club, 2012)*

The bilingual poetry and the new formalism in “Other Poetry” (published in 2011) and free verse in “Traces of My Homeland” were both written in the United States and were created by a chance of history. If there had been no April 30, 1975, I would never have been in this country.

I express my sincere gratitude to English language editor Carol J. Compton, translator DoVinh, and poet Tom Riordan, who are in sympathy with me in this poetic journey.

PART 1: STRUCTURE

PHẦN 1: CẤU TRÚC

NÍU LẠI

trút hơi   thở
          và ngồi duỗi ra
vào một nơi tưởng là đã tay trắng
          khom

          lưng   bất động như thế cho đến khi giọt
          chuông chiều kia làm tan đi người và   vật
          kiến tạo im ắng mà lâu nay   bị
          che lấp bởi cánh liếp của   lời kinh

rảo bước ngoài mặt
đất và nhận ra có tiếng kêu

níu lại ở đầu ghềnh

LINGERING

pour out   breaths
                    and sit stretched
into a place empty-handed
          bend

          back   motionless as such until a drop
          of afternoon bell dissolves the self and   objects
          that are created lie silent as in the past   being
          covered up by the lattice wings of   prayers

pacing on the face of
the earth and acknowledging a call

lingering at the head of the whirlpool

NHAU QUA

cắn cấu miếng sầu ra mà rắn rồng

hí lộng

mà gạ gẫm
nhau qua

sông lẫy lộng chiều nồm phân thực

CROSSING

bite off a piece of sorrow to make snakes and dragons

flirt

to coax
each other across

the splendid river distinguished by the afternoon's south-easterly winds

CÀ PHÊ

gác mái
con đò không
giả dụ vậy

ẩn dụ lời
đừng đùa bỡn với ký ức

nóng nảy

đã đến lúc phải chôn sống
cả hơi thở

tí tách
giọt cà phê rơi

COFFEE

set the oars
the empty ferry-boat
supposes such

metaphorical words
do not trifle with memory

irascible

it has come time to bury alive
breath itself

drip drop
the coffee drips

CHỢ TRỜI

bụi bậm
ngổn ngang nắng gió

thở chút hơi ngày hát cuồng

nghe ngóng
phế thải cả

xao xác, xao xác
chim muông bay

coi chừng hoàng hôn
đóng cửa lại

OPEN-AIR MARKET

dusty
disorderly, sunny and windy

breaths of days madly singing

listening
eliminating everything

fluttering, fluttering
birds fly about

beware of twilight
closing the door

NGẪM RA

con gió trắng
trói buộc

đừng tưởng rằng mọi chuyện đều êm đẹp

nỗi buồn gắt
hẳn nhiên

đánh rơi mất bực bội
khi đi rong

ngẫm ra là
chỉ tại cơn hắt hơi lúc rạng đông

REFLECTING

a white wind
binding

don’t imagine that everything is beautiful

an intense sadness
certainly

losing angst
while wandering

reflecting
a sneeze, an instant at the break of day

ĐÊM

lang thang
đầu ghềnh cuối bãi

lảm nhảm
hôm qua hay hôm nay
cũng chẳng làm ai phiền hà gì

khi nào gió lên thì bảo

đi hái ít nụ hoa về
cho thơm đêm

NIGHT

wandering
from the falls to the fields

mumbling
all day yesterday and today
yet not bothering anyone

when the wind rises, tell me

let us go pick flowers
to fragrant the night

DẤU QUÊ

phà vào lũ mục
tử bằng đất nung
vói tay nhón cái phôi

pha với khói
        tí tách
        con mắt góc
        xếch
        mé trong thế giới hai mặt một lời
        (ai ở ngoài lời)
vẽ lại hình dạng đã thành quen
thói

phẩy con đường làm đôi
không biết lối nào có dấu quê

cũ

VESTIGES OF MY HOMELAND

breathe life into
clay figurines of herders
reach out to pinch the

vanishing smoke
        tick tock
        eyes
        slanted
        angled in a two-faced, one-worded world
        (who, beyond words, is)
redrawing the images that have become
habitual

the road fans out
I know not which path holds vestiges of my former

homeland

GIẬN

nói tận mặt
bằng cách ra dấu

đổ dầu vào lửa

hống

hách

nuốt giận và ném bực dọc về

cội

ANGER

speaking face to face
gesturing

pouring oil on fire

over

bearing

swallowing anger and throwing madness to the

depths

HOA THỊ

chấm than
hỏi và ngã
        chiếc ghế há

        mõm
        ngủ trên sợi dây căng từ đỉnh đời này qua
        đỉnh đời khác
                        húc cùi chõ
        làm động bước chân
        vặn tròn theo tốc độ của
        con quay
        (hay đi kiểu vòng kiềng tới chỗ
                                        sinh ra)

        nhưng cuối cùng thì cũng phải chôn
        cất hôn ước giữa cánh cửa và bản
        lề

đánh
dấu hoa thị (bằng gió biếc) để chú thích về vết
tích của khoảng

trống

THE PERSIMMON FLOWER

exclamation point
rising tone and falling tone
        the chair opens

        its mouth
        resting on a rope stretched from this life
        to the next
                                        elbowing
        makes the footsteps move
        spinning at the speed of
        the top
        (or to come full circle to the place
                                        where one was born)

        only to finally bury
        wedding vows between the door and the

        hinge

mark
the persimmon flower (with a fresh breeze) to note the
vestiges of a distant empty

space

LỘNG NGÔN

đánh một giấc đồng
lòa chôn cất cho xong
mộ phần chữ
gập ghềnh

những hoang phế sóng
vỗ những trăm năm hóng

tiếng nói ở nơi khuất xa
và gác chân lên con
đường muội đèn

ráp nối
chai và ly nồng nồng

xé chiếc bình phong

lộng ngôn

EXAGGERATION

a long sleep   like
blindness   burying one completely
in a grave of   words

                                              roughly
the desolate   waves
crash upon hundreds of years   listening

for human voices   from far away
and setting one's feet on   the
road   lamp soot

combining   joining
bottle to glass   fervidly
tearing away   the screen

                                    of exaggeration

BIỂN XANH

mồ hôi hòa sền sệt với bóng tối bôi mặt

đá bật ruộng dâu ra ngoài biển xanh

THE BLUE OCEAN

sweat mixing thickly with darkness covers one's face

kick the mulberry fields to the blue
ocean

CO DUỖI

thế giới trắng
trắng xóa

không mùi vị

sưng phù
co và duỗi

kịch câm
lập đi lập lại

SHRINK AND STRETCH

the world is white
white all over

without taste or smell

swelling
shrinking and stretching

a pantomime
playing again and again

NGÀY

ngồi
ngó xéo
      vào
         vết nứt của im lặng

chéo chéo
hoang hoang

ném điếu thuốc lá
            khô

giữa hỗn độn và phiêu hốt

A DAY

sitting
looking slantingly
into
the cracks of silence

oblique
deserted

tossing a cigarette
dry

amidst the chaos and turbulence

TRẦM MÌNH

vuốt nhẹ
          bình minh

cầm lời đi vào chỗ không hề biết trước
treo ngược vết thương   gót chân   bàn tay

nếm thử chút man dã

và
đành chịu trầm mình không nói năng giữa thế giới vắng mặt
(và có mặt)

IMMERSING SELF

stroke gently
                    the dawn

hold one's words while entering an unknown place
suspend adverse wounds to one's   heels   hands

taste a bit of the wild

and
willingly immerse speechless self into an absent
(yet present) world

VỚI GIÓ

trợt chân   té sấp   không gượng dậy nổi

bằng cách hối lộ với nhân gian
đừng để bị trời đầy

thở nhẹ

ngồi lênh đênh trên đồi tranh   cởi nắng
buộc vào cành non

ngậm trắng một đò lời
với gió

AGAINST THE WIND

slipping and   falling on one's face   unable to get back up

bribing people
begging heaven for deliverance from suffering

breathing gently

sitting drifting atop a grassy hill   untying sunlight
tying it to a young branch

bearing words
against the wind

NGỌN NGUỒN

vỗ sóng
làm nhịp chèo

gieo quẻ bói
về ngày đời sau

có rảnh rang thì nhớ

nói chõ
vào khoảng không
nghe vọng âm

hóa ra là chẳng tìm đâu thấy ngọn nguồn

THE SOURCE

waves beating
in rhythm with oars

forecasting
the afterlife

if you have time try to remember

speaking directly
into emptiness
hearing echoing voices

nowhere is a source to be seen

KHẼ GỌI

quét rác
chống chổi

đừng để còn hạt bụi nào

ngẫn nghĩ
buông mất
tìm kiếm quanh quất

khẽ gọi
quạnh hiu

CALLING SOFTLY

sweeping trash
leaning on a broom

not leaving a speck of dust behind

reflecting
releasing
seeking

calling softly
in desolation

DẤU VẾT

thò chân ra ngoài chiều   rồi và
mắt nhắm mắt mở

cùng nhìn về   hướng lúc sống
chết xảy ra chỉ

trong đường tơ kẽ tóc

mai mai kia đến hay đi
trói riệt giây lâu vào

khoảng khắc giữa hơi thở   bị nén lại
bởi con đường dẫn về cõi   cửa hẹp

nói với đóa hoa chớm nở
lời chớm tàn
và phủ định mọi dấu vết

đã có từ lâu   trên mặt đất

TRACES

thrust one's foot out into the evening   and then
one eye closed one eye open

both look toward   moments when life
and death occur

within a hair's breadth of death

tomorrow soon comes or goes
binding seconds together

with intervals between breaths   held back
because the road leads back to   a narrow door

speak to a flower just blossoming
words begin to fade
and cover any traces that

ever existed   on the face of the earth

RƠI RA

những khuôn mặt không quen biết
giống hệt nhau
lem (luốc)
        đục đẽo gác
        ngoài ta lũ tê giác (bằng sáp)
        sầm sập
        những hoàng hôn rễ

        tre
(và không ai nói với ai)
về con âm mở hồng cửa kéo
từng câu chữ rơi

ra môi và răng

FALLING APART

faces unfamiliar
yet exactly the same
smudged (dirty)
        chiseled chipped
        ignoring the rhinoceros (made of wax)
        crashing down upon
        the twilight of roots of

        bamboo
(and no one speaks to anyone)
about the sound of opening the sliding door
with phrases falling

apart midst lips and teeth

BÌNH MINH

nghễnh ngãng
bắt chước tiếng lóng của bọn đầu đường xó chợ

dụi mắt

chạy đằng trời cũng không khỏi nắng

móc túi
không thấy ánh bình minh

DAWN

hard of hearing
imitating the slang of street corners and marketplaces

rubbing one's eyes

running towards heaven, unable to escape the sunlight

emptying out one's pockets
without seeing the break of dawn

QUAY GÓT

khóa trái cửa
ra bằng sợi dây nối giữa chân không và mặt đất
bới

chút tàn tro bình minh pha
vào màu

loang phố
gõ ngôi nhà đã bị đóng băng và trong cái thế
chẳng đặng đừng
quay gót

tha hương

TURN ON ONE'S HEEL

lock the door
then leaving (how connecting one's bare feet to the land)
        scratching

        a bit of ash from the dawn mixed with
        colors

        spreading over city
knock the already iced house and in the way
unable   not to
                turn on one's heel for

                        a foreign land

NHEO

những vòng tròn quay trên đầu
những vòng tròn lăn dưới chân

đối chất ngẫu nhiên với ngậm
tăm bằng cú
            qua con
            phố lai lai (cáu)
đấm như trời giáng vào
                        mênh

mông đùi và ngực. Lang thang cuồng
chật. Gỡ lỏng họng. Đông và
tây. Những khuôn mặt nhăn nhăn

nheo

SQUINTING

swiveling one's head
rolling one's feet

accidentally confronting but
keeping silent while
                    passing through
                    A town of half-breeds (angered)
punching the air, lost to the world
                                                  vast

buttocks, thighs and breasts. Wandering crazily, confined. The pounding of loosened throats. East and West. Faces grimacing,

squinting

HÍ KỊCH

con đường
(vẽ bằng than)

NHÂN VẬT

khập khễnh giữa bàn và ghế
dựa hẳn vuông chiều tàn đánh
thức lũ tĩnh vật dậy bằng đủ mọi hợp
âm kỳ quái để nhân vật hiển hiện
(qua tưởng tượng, ấn tượng, lập thể, dã thú)
là hình dạng của bùi nhùi

nói lóng
(với nhiều thứ tiếng)
đệm thêm phần hòa âm của lục lạc
(tựa như ráp và roác)

đội nón
đi vào chỗ dễ cáu và có thể
hóa thân

hiểu thì hiểu không hiểu thì mặc
xác

bước
(qua khoảng trắng của ảo giác)

MÀN

kéo lập tức trong nháy mắt để sao không
còn để lại dấu vết nào

COMEDY

road
(drawn with charcoal)

CHARACTERS

limping between table and chair
leaning squarely into the fading afternoon wake
up the still lifes with all sorts of strange
sounds so that the character appears
(via imagination, impression, cubism, fauvism)
in the form of straw tinder

slangs
(in multiple languages)
accompanied by tintinnabula
(somewhat like rap and rock)

with hat on
walk into a place easily angered and possibly
metamorphosed

if you understand you understand if you don't
then fine

walk
(through empty spaces of illusion)

CURTAIN

draw together in the blink of an eye so as not to
leave any trace

MUÔNG THÚ

loanh quanh
gác hai chân lên

đi bằng cách hất ngược trí nhớ

gió chướng
đầu mái đầu xanh

tháo cũi

tối tăm mắt mũi vì cố bắt lấy tiếng nói
của muông thú

WILD ANIMALS

moving around
putting my feet up

thinking back to times past

to the cross winds
of my youth

wanting to break out of this cage

blacking out while trying to acquire a language
belonging to wild animals

PHIỀN MUỘN

cắt đứt gốc rễ vườn không nhà trống

giả treo cổ lên cành cao

xuống phố gom rác rưởi về

đóng cửa lục ra nỗi phiền muộn

SADNESS

sever roots to   an empty yard   a vacant house

imagine hanging oneself from a tall branch

go downtown   collect trash bring it home

shut the door
rummage through the emerging sadness

LỜI

đốt cháy lời
để mai kia mốt nọ

không truyền rao
không sách sử

nhưng ở bên kia chốn không lời
đóa hoa nở

lúc khởi sinh
ngôn từ đã bắt đầu gầy mối hiểm nguy

lên núi hay xuống biển thì cũng chỉ là chuyện của nước non

WORDS

burn up words
so that some day

nothing would be handed down
no history books

but in those places where no words exist
a flower blooms

from birth
language is already dangerous

ascending a mountain or descending to the sea are but a country's stories

CÁNH SẦU

bật que diêm đốt cháy tung tích
lãng mạn về thời chất phác

ngại gớm nếu cứ phải giả bộ là đã nằm gai nếm mật

đất lạ   moi ra được một cánh sầu

WINGS OF SORROW

light a match to ignite the past
romanticizing those rustic times

afraid of putting on airs, having born all kinds of misfortune

in a foreign land   discovering wings of sorrow

BUÔNG QUANH

cành cây gãy   vỗ cánh bay

bao nhiêm thác ghềnh cũng mặc

nói liên tu bất tận về thứ sự thật đã bị đánh tráo

mắt ngất   chân buông quanh

PACING

the branch breaks   wings flutter away

oblivious to the waterfalls

talking endlessly of being cheated out of the truth

eyes unseeing   pacing to and fro

CẤM

đứng ở ngoài bìa rừng

khoa chân múa tay

đánh
đổi lấy mạng sống bằng cách ngậm họng
lại

cấm
tuyệt không được thốt ra một lời nào

FORBIDDEN

standing at the edge of the jungle

gesticulating

fighting
for one’s life by keeping one’s mouth
shut

forbidden
from speaking a single word

CỎ NGÀN

sa

vào nơi lầm
than

túm được miếng gió rách
rưới
ngoài đầu
đường

tọng chặt họng

rơm rác và cả con cớ
đầu cua tai nheo

há
miệng cho chim chóc nhặt những
cọng mây giắt răng
và phiêu hốt về một đồng

cỏ ngàn hỡi

FIELDS OF GRASS

fall

into a dire
place

clasp a piece of torn
tattered wind
on the
road

throat crammed full

of trash and excuses
incoherence

open
mouth for the birds to gather cloud
strands from between teeth
and drift away to fields

full of grass

QUAY

vòng tròn vòng tròn lại vòng tròn

tích tắc
kim đồng hồ
quay

phiêu phiêu như mai
sau

bị đóng đinh ở khoảng lưng chừng
giữa nguyệt và nhựt

thực

TURN

the circle the circle again the circle

tick tock
the hands of the clock
turn

gently like tomorrow
the future

crucified half-way between
lunar and solar

eclipses

CHỐNG GẬY

nằm vạ ngoài hè

phố

co

duỗi một chân
đồng thời ném mẫu thuốc ra ngoài không

gian

ngủ theo kiểu bị tẩu hỏa nhập ma
và thức bằng cách chống gậy
tìm
cho được sự thực về nguồn gốc vì sao

lãng câm

LEANING ON A CANE

throwing a tantrum out on the

sidewalk

curling up

stretching one leg out
while simultaneously flicking a cigarette butt into

space

sleeping as if fleeing from fire-possessed demons
and getting up by leaning on a cane
seeking
earnestly the truth about the origins

of speechlessness

CÂM

hình nộm
(bằng rơm)
dang tay ra

đừng bao giờ hỏi han gì về đời sống nhé

nếu nói không
sẽ biết thế nào là mồi lửa

câm như thóc

MUTE

scarecrow
(made of straw)
arms outstretched

don’t ever ask anything about life, alright?

if only speaking
would make us aware of what it is to be ignited

mute as paddy

CHẤM PHÁ

phố và nhà
phân hóa giữa xám và trắng

chập choạng nét gẫy trên đôi mắt đã quầng thâm

tím
tím than

ngồi như đá

A SKETCH

streets and houses
becoming separated amidst gray and white

at dusk, wrinkles above a pair of eyes already ringed in black

purple
dark purple

sitting like a stone

QUÁT THÁO

đã bảo đừng bao giờ sinh ra

khó nói thật
cùng lắm thì trầm mình trong dòng sông

quát tháo

quay lại với nhân gian

SHOUTING

declaring one should never have been born

a difficult truth to speak
destitute, drowning in streams of

shouting

turn back to this world

MÁNG RƠM

thời đở người

vào và ra
tối và sáng

cứ lầm lỗi và đôi co với thinh không

khe khẽ
đập vỡ cơn lãng du

thống thiết về ngày sinh nơi máng rơm

MANGER

time cracked

in and out
darkness and light

continuing to sin and struggling with the void

softly
shattering the wanderings

agonizing over the birth in a manger

HAN RỈ

không có chút le lói nào
lúc mở cửa

lục lọi đồng xu cũ
rất cũ

khoác áo
động tác có thật

la toáng
bằng thứ tiếng đã bị han rỉ

RUSTY

without even a flicker of light
when the door is open

fumble for an old copper coin
a very old one

put a coat over your shoulders
an authentic action

cry out
in languages that have become rusty

TÌM KIẾM

tu hơi bia
đá chiếc lon ra ngoài

thốc tháo nốt nhạc rời
phân kịch hoang phế

tìm kiếm

cứ mờ mịt mãi rồi cũng có ngày phải sáng tỏ
về thuở khốn cùng
sống ngắc ngoải
cầu bơ cầu bất

lóc cóc

vẫn biệt vô âm tín

SEARCH ON

chug a beer
kick the can outside

letting loose with one musical note
sharing this ruinous drama

search on

one day all these misunderstandings will be cleared up
about the time of destitution
of living at death's door
homeless

clop-clop

still without news

PHIÊU LÃNG

đứng im
đừng quay lại nhé

vặn ngược thời khắc để
xóa sạch
thời phiêu lãng

nong nóng

cô liêu

WANDERING

stand still
don’t turn around

turn back time for a moment
completely blot out
the time wandering

slightly hot

the loneliness

VÔ LÝ

đứng ở đồng không
mất phương hướng

tối xẩm
mắt xiêu vẹo

túm lấy hồn nhiên
hỏi cho ra chỗ vô lý

nghẹn họng

vẫn thấy là chỉ còn cách
dẫn xác vào hang hùm nọc rắn

UNREASONABLE

standing in the empty countryside
having lost my way

at night blind
my eyes distorted

grasping for the natural
requesting the unreasonable

that was it for me

yet I still find that the only way out
is to enter the tiger's den, to admit the adder's poison

NGÀN CHIM

quăng mẩu thuốc   mắt rạ nâu

du kích
    mong manh giữa im hơi và chiến tranh

bôi bác

tàng trữ hồ nghi về ngày   không còn

dấu vết người

                                        líu lo ngàn chim

THOUSANDS OF BIRDS

toss the cigarette butts   weary brown eyes

guerillas
slim hope betwixt a bit of calm and war

blotting out

stored up doubts about a day when there   remains not

a trace of humans

thousands of birds

MAI KIA

như chim chóc sống từ đọt mây ngủ
nơi khe hở của bầu trời và chiến

tranh với hư không tiếng nói đang rửa

cáu bẩn tự nở sinh hoa rơi đau

thương trên tàn cây để bếp lửa làm
chảy máu những con đường câm

bằng là một khoang chiều chết dẫm
giữa mênh mông đến và đi

đi mà không đến còn có điều chưa
xong cột bình minh vào cọc nhọn

châm điếu thuốc nhả ra từng mùa
đông cóng những con chữ thay

răng lật ngửa lời mai kia mốt nọ

SOMEDAY

like the birds living on branches the clouds slumber
in cracked open spaces of heaven and war

with nothingness voices washing away

dirt blossoming itself pain and suffering falls

on withered trees for the fiery ovens
bleeding roads as

if an afternoon dying
drowning amidst vastness coming and going

going without arriving and many things
undone the dawn stranded on pilings

light a smoke one by one blow out the seasons
each frigid winter each word that replaces

teeth turn words over on their backs someday

BẾN LỮ

bập bẹ lời chiều tàn
đã tàn

mong manh cánh hoa ngâu thơm

thoang thoảng

ngậm trong răng nụ hôn
và gắt gỏng vì nỗi đìu hiu đã đưa bước chân đi quá xa mép rìa

của bếp lữ

TRAVELER’S PORT

Words babbled as evening faded
have faded already

the delicate scent of aglaia petals

wafts by

like the bud of a kiss withheld
and bad temper from gloomy feelings accompanies one stepping out to cross a distant border the edge

of the traveler’s port

KỊCH MỘT GIÂY

bình minh
(lại bình minh)
nhắc tới là sôi ruột

mồi điếu thuốc
không cháy

chắc lưỡi
đằng nào cũng đã bị mắc bẫy

hiên mưa
hiu quạnh quá

khán giả đâu
ở ngoài kia kìa

màn

A PLAY IN ONE SECOND

dawn
(dawn again)
prompting one's blood to boil

trying to light a cigarette
that won't light

clicking one's tongue
trapped in every direction

rain on the veranda
so lonely

where is the audience
over there outside

the curtain

THIẾU PHỤ

tóc

rối bời mắt
ngai

ngái gương lược
bàn và ghế tựa

soi sắc xanh vàng ấm

tình câm

nén lại ngoài cửa ngoài

YOUNG WOMAN

hair

tangled; eyes
drowsy

mirror, comb
dressing table and chair

illuminating warm (rays of) blues and golds

feelings of falling in love

suppressed from beyond the front door

CHIỀU

chộp lấy hoang vu trên mắt
biếc

hôn nhanh nhanh
phím đàn trầm

ấm

gõ

anh ánh
chiều vuông

vức

EVENING

catching the wildness in azure eyes
kissing quickly

playing the low strings

softly

strumming

sparkling the image
of that evening

squarely

NGHẸN

ăn   là nuốt nghẹn gân guốc   giữa   tráo
trợn   và ngáp phải   chất sông sống của nước
mắt   mặn   nhạt môi hun
hút nghe   khang khác chảy ngoài cơn cuồng

kia

CHOKE

to eat   is to choke on sinews   between   rudely stares
and to yawn   raw tear drops
salty   insipid lips breathe in deeply listening
to dissimilarities   pouring out beyond

the madness

ĐÁ

nhổ tận gốc
rễ

cả cơn xúc động
kia

những con mắt vuông vuông
mở

đóng
những con phố thường thì
đông đông hẹp hẹp

những con mắt đá

nhau

GLANCING

entirely extracted from
one’s roots

even from outbursts of emotion
over there

the eyes that were square like windows
once open

shutting
there are only the usual streets then
crowded and narrow

there are only eyes glancing at

one another

CỘI NGUỒN

xắn tay áo lên
bước qua xác

những chiếc lá

máy mắt trái

tìm đi tìm lại chỗ cội nguồn
y như rằng

đã không cánh mà bay

ORIGIN

rolling up one's sleeves
stepping across dead

leaves

left eye winking

searching everywhere for one's place of origin
it's exactly like

having flown yet without wings

TRONG CÕI

cáu kỉnh
dìu dịu lại

phớt tỉnh như chưa bao giờ bị đắm tàu

mắt rỗng
hóa đá

nổi dóa vì không thấy rạng đông
trong cõi

ON THE HORIZON

furious
then calming down

indifferent as if one had never been shipwrecked

eyes sunken
stony

furious since one sees no daybreak
on the horizon

DẶN

gió chói
sưng mắt

thử thời vận

ngốn ngấu
mẫu bánh mì

đứng ở đầu đường nhìn về phía

có nói
cũng cạn lời
đành thôi

mai nhớ ra ga trở về nơi chôn nhau
nhé

DIRECTION

a blinding wind
swollen eyes

testing fate

devouring noisily
a sandwich

standing on a street corner staring ahead

to speak
endlessly
is useless

tomorrow remember to leave for the station to return to one's
birthplace okay

HỎI

chân đất
lạ nhỉ

hút thuốc mãi
phà vào buổi chiều

cứ làm kẻ hát rong nghêu ngao cho đến bao giờ
chết đứng

quá lắm

phải chi đừng vẩn vơ về nụ hôn
trong bóng tối
hồi chưa sinh ra
vào lúc còn ở ngoài bầu trời.

ASK

barefoot
strange, isn't it

smoking continuously
puffing away into evening

like a troubador moving about singing to oneself
then standing transfixed with amazement

extreme

I ought not to have wavered about the kiss
in the shadows
when I was not yet born
during the time I was beyond the sky

KIẾM SỐNG

gánh hát
rong
hất khuôn mặt đã im
hơi (và dị hợm đi)

cồm cộm âm và nghĩa

chơi chiến thuật du
kích tỉa từng phần cho
đến khi nào thấm mệt

thì giả làm kẻ hoang
đàng lăng quăng

kiếm
sống

MAKING A LIVING

traveling troubadour
troop
turn up a face no longer
breathing (and already ugly)

bulging with sound and meaning

play with guerrilla
tactics snipe away one at a time
until sick and tired

then pretend to be a black sheep
that keeps around in circles

to make
a living

PART 2: TRACES OF MY HOMELAND

PART 2: DẤU QUÊ

BẾN SƯƠNG

Đã vẫy mây thành sao
Hát vang
Đã thôi
Đóng cửa
Đẫm mưa lũ

Tan tác. Trăng rú
Khuya khoắt trắng
Chân đất khe khẽ, cô liêu xưa

Ngùn ngụt đồi biếc nghe mê man
Ruộng dâu trôi về mắt nước lớn
Khói quê bao lời, thương chứa chan
Rưng rưng buồn chật lòng u uất

Đã đi. Còn gì, quê cũ nhỉ?
Đốt lửa soi thầm, đêm cũng điên
Bụi ẩm giá chưa là quán lú
Thì đời, thì mộng vẫn thất tán

Tình nặng hốt nhiên thấp thoáng núi
Chưa chi ngàn rộng đã biên cương
Bên kia biển mặn, lốc gió hú
Có rất nhiều, hoa rơi bến sương

Thì thầm. Tỏ đèn
Xứ nắng lóa
Tưởng rằng tiếng nói như xác ve
Cánh chim chết giấc trên non đá
Có biết trầm luân. Chỗ cát xóa.

MISTY PORT

clouds have drifted by; stars appear
the sound of singing
has ceased
doors shut
drenched with a torrential rain

dissipated. The moon in the forest
late at night whitens
gently barefoot, once lonely

mist rises from green hills, feeling as though unconscious
returning to mulberry fields with watery eyes
the village smoke speaks volumes, overflowing with love
tears welling up with sadness; the heart tightens with anger

departed. What is it? My homeland, isn't it?
igniting fire, revealing secrets; night, too, is crazy.
cold and wet but yet not dull and forgetful
then lives, then dreams are shattered just the same

a deep love unexpectedly appears over the mountains
though yet a thousand miles from the border
across the salty ocean, the wind howls
fiercely; flowers fall in the misty port

whispering of a luminous light
a dazzling, sunny country
imagining one's voice singing like a molted cicada
birds on the wing fainting on the rocky mountains
overloaded with misfortune. A happy place obliterated.

NGHI HOẶC

Nước mắt
Hừng đông
(Và hừng đông nước mắt)

Không gian hát
Gió ngực đồi trụy
Ký ức đắng

Cãi cọ với trăm năm về nỗi hẩm hiu
Dốc ngược tiếng nói, búp lá khóc
Nhè nhẹ hỡ trái tim quen ngoài đồng bằng
Giữa mái rơm lửa mưa, nụ hôn trăng

Dĩ vãng tắm
Nghe tóc sương thì thầm bên kia bờ môi là dòng sông
Có hoang phế trôi

Ngồi dã thú
Hong khô lam lũ
Gậm nhấm lời kết án từ nguồn cội

Trong hầm giam thời gian
Thấy bão rung vỡ, chiều rỗng
Bước vội vòng quay khốn quẫn

Hoài cảm mãi ngày
Tỏ tình
Giấc rừng sẫm.

DOUBT

tears
daybreak
(and tears at daybreak)

space singing
wind decadent
memories bitter

contending with a hundred years of misfortune
language reversed, budding leaves weep
so softly dear heart out in the delta
a thatched roof betwixt fire and rain

a budding kiss in the moonlight bathes the past
feeling hair wet with dew whispering on the other side of lips is a river
where abandonment flows

wild beasts sit
dried out and wretched
chewing on the judgment passed from the origin

in time's underground prisons
storms break out, empty afternoons
spent pacing in vicious circles

continuously moved by the day
when love was professed
in the dense forest dream

CHỐN KHÁC

Hạt mầm
Nẩy trên cánh đồng gió ám
Vàng vọt nỗi nhớ mong, chim muông gõ vào cánh chiều buồn

Ai, không ai trong ta, thấy được chỗ cuồng nước mắt
Ai, không ai trong ta, đi ngược lại đời người
Soi, từng vết bạc thời gian nơi mái rơm

Có bao giờ nụ hôn khát một mặt trời
Cho môi khô sương thành trái đắng

Hỏi ở ngoài đầu hôm sớm mai
(Nước, đã chiến trường từ muôn trước
Mãn ngày
Ai quang gánh cơn điên rồ kia)

Nghe rất nhẹ, rất xa ngực rừng thớ đất
Ai, bao lâu nay đứng ở ghềnh sông
Gọi mãi, theo về nắm sừng hư thực
Gọi mãi, trôi vèo cuốc nhẫn bình minh

Thà nói nhỏ cho xong, ta người không thực
Thì với lấy nghi tình quay tìm chốn khác
Ta chẳng đợi người, ta chẳng đợi ai.

ANOTHER PLACE

sprouts
spring forth on wind-rippled fields
the pallor of longing, as birds chirp in the melancholy dusk

who, nobody among us, can see the place where wild
tears form
who, nobody among us, can travel back in life
to illuminate, ever faded tracings of time on straw roofs

as there ever been a time when thirsting in the sun
for a kiss lips, deprived of dew, turned into bitter fruit

questioning myself from dawn to dusk
(the country, was a battlefield for thousands of years
until the day arrived
whose shoulders bore the load of madness)

feeling very softly, very distantly the savage breast,
the coarse earth
standing, from then until now, at the waterfall
calling continually, returning to grasp what is false and
what is true by the horns
calling continually, in a twinkling of an eye dawn passes by

'tis better to speak softly, having finished giving,
if neither of us is truthful
than to take hold of doubt and turn to seek another place
not waiting for someone, not waiting for anyone.

KHOẢNH KHẮC

Tặng PVC

Đã thở
(Giọng tiếng bát vỡ)
Đã rợn người gọi
Trăng kiêu binh

Giữa ngóc ngách của biển đời mọc
Rực đồng xẫm
Mảnh gió môi, bình minh

Ướt áo tát
Mắt đẫm lấp lú
Sương khói lỏng
Cửa bước ngất
Hát hỏng, mùa chim ca

Tảng lờ
Im. Thật im. Rực rỡ
Tóc bật chiều run cắn
Vết thương xa

Ôi giấc mơ, và mơ
Hoa điềm nhiên, từ độ
Tro ngàn
Đằng hắng
Cho đỡ nhớ rừng mật xanh.

A MOMENT

For PVC

having breathed
(the voice of broken bowls)
Shivering with fear one calls to
the moon for protection

between the ins and the outs of the ocean, life appears
brilliant on a dark field
a bit of wind on the lips, at daybreak

wet shirt
eyes filling with
tears and the haze of smoke
hovering over the doorstep
broken songs, a season for songbirds

feigning
calm. True calm. Radiant
hair at evening trembling biting
at the wounds of old

alas! but a sweet dream, and to dream
calm flowery ones about
ashes of mountains and forests
clearing one's throat
bestowing relief from remembering the secret green forest.

GIẢ TẢNG

Dẫm lên quá khứ
Dìu dịu nghe trái tim ngàn năm rong sương

Ở biên kia đường hầm đốm lửa xanh hắt hiu
Ở bên kia rừng đồi lũ chim chóc kháo nhau về chiều
nghìn trùng
Trên ngực biếc mênh mông, giấc mơ

Ai hát ca nhanh, phiếm du mãi lời hong phơi
Cuồng môi, tóc bay
Lăn lóc đời ngày, hỏi quê đâu
man mác dòng sông

Đội cho khoảnh khắc vòng kẽm gai
Ngồi chờ nỗi đổ vỡ, im sững
Lẩn lút trong cõi bến, tang thương sao

Đốt cháy bao nhiêu cánh gió buốt
Mắt hoen, góc núi ngun ngút quên
Như xa, những hồn nước và đất
Đã qua phân tranh, mộng và kịch

Giả tảng
Là bão tố cuốn đi
Mật đắng của thời ngổn ngang trăm mối

Là ẩn dụ về lời nguyền
Mảnh xương hóc
Hóa thân thành tai ách
và đu dây

PRETEND

trample on the past
quietly listen to the heart of a thousand years covered in dew

at the other end of the tunnel a blue flame flickers
on the other edge of the mountain forest flocks of birds call
to each other to return again to evenings of old
on the vast blue bosom, a sweet dream of

someone singing rapidly, lingering over the words hanging
in the air
crazy talk, hair flying
experiencing the hardships of existence, asking where is
the homeland
of the immense rivers

wear on the head for a moment a barbed-wire crown
sit and wait for the collapse, motionless and quiet
steal away to the port, so wretched

to burn with the wings of so many winds biting
blemished eyes, forgotten on the side of a smoky mountain
as if far away, the spirits of water and earth
through past conflicts, dreams and tragedies

pretended
that the violent storm had swept away
the bitter secrets of an age of chaos with hundreds of causes

there is a metaphor about the curse
of having a bone stuck in one's throat
embodying disaster with
swinging from ropes

ẤM Ớ

Trói chặt
Những khoảng khắc, và ngã
Hôn tang thương
Cùng mộng

Hoài mắt nhớ
Cõi thuở, đăm đăm mãi gió sao bay
Trên ngọn ngàn lầm lì nụ hôn mùa đông
Long lanh tóc

Đã ra ngoài bầu trời hỡi non đời còn để lại tiếng cồng buồn
Thấm cơn mưa tuổi tác, vầng trăng xưa chứa chất giọt mây cuồng

Rơm rớm nói
Phục sinh chiều

Hỏi là hỏi nụ cười kia đã thốt
Môi cánh thơm
Sầu lạ
Ngực hoa ngày

Nhặt tiếng khóc
Lãng trí nhé, kẻ mở cửa lấy tai ương kết thành vòng gai

Trên chiếc bè trôi
Và không trôi
Ngọn lửa thổi
Ấm ớ về thời mênh mông quạnh hiu.

STAMMERING

bind
the moments, and cast
a mournful kiss
to dreams

eyes continually recalling
the times, fixed upon the wind blowing and stars floating
continually
above a thousand trees and of clinging winter kisses
and shimmering hair

we have gone beyond the heavens, alas, tender life
leaves behind the sad sound of gongs
soaked with the rainfall of age, the moon of long ago
holds threatening rain clouds

words trickled out
an evening reborn

to ask is to question the smile that had escaped
from fragrant lips
strangely sad
a bosom of day lilies

gather up the sounds of weeping
romanticism, all right, he who opens the door weaves
a wreathe of thorns from calamities

on a raft floating
and drifting aimlessly
a fire flickers
stammering a vastly desolate time.

GỬI NGƯỜI ĐỒNG HÀNH

Lũ chúng ta lặng nghe roi ngàn rơi cùng niên kỷ
Bay vèo một thoáng
                    mà chưa hay
Như tiếng nói
                    đứng bằng hai chân
                    ném ngược thời gian vào chốn khác

Trong cùng nỗi
                    nhớ không
                    đã tình đăng đắng

Bởi chớp mắt yêu đương đong đầy biển mặn
Bởi muôn kiếp chim muông thổi lời biển sâu
Khá gọi mênh mông giữa rừng siêu thực
Kéo dãn cội nguồn
ngang hố đêm

Đứng ở đầu hôm hú về đầu ghềnh
Lũ chúng ta mang theo gánh chiều sần sượng
Lũ chúng ta thiên đi từ nơi hồng hoang
Trăm gió qua đi
nhìn ra đồi quạnh

Bao cánh mai nay còn nơi đồng xanh
Đang run lên vì mưa sa
ngoài dặm
Một cõi thinh không nằm trong sương
lửa
Đang lôi thôi vì xưa sau
xa xa đốm cỏ

Lũ chúng ta chẳng hề thật có
Lũ chúng ta chỉ là bèo giạt
Lũ chúng ta như là hoa trôi.

TO THOSE WHO MADE THE JOURNEY

all of us listened in silence to thousands of whips coming
down on a destitute era
flying past in an instant
                    and unnoticed
like voices
                    standing on two feet
                    casting back in time to another place
of shared suffering
                    don't you remember
                    a rather bitter love

because in the blink of an eye love filled the salty oceans
because eternally the birds and beasts breathed out into
                                        the ocean depths
gently calling into the vast surreal jungle
tugging at origins
                    across the depths of night

standing at dawn calling out at the head of the waterfall
all of us bearing burdens of evening arguments
all of us in exodus from a place of chaos
a hundred winds passing us by
                    looking to the deserted hills
having wings in the future leaving green fields behind
shuddering in a heavy rainfall
                    miles away
a silent empty region lying in the mist
                                  and fire
dragged out because the past and future
                    are in the distant tufts of grass

all of us truly didn't matter
all of us are merely duckweed
all of us are like drifting flowers.

PART 3: THE BLUISH-GREEN PRISON

PART 3: NGỤC BIẾC

Căn phòng kín bưng. Ánh sáng hắt vào từ một hàng chấn song thấp, ngắn. Ba người đàn ông ngồi bó gối. Im lặng. Một lúc sau.

Người đàn ông 1 *(với người đàn ông 2)*: Anh tội gì?
Người đàn ông 2: Ta tội gì? Ta tội gì à?
Người đàn ông 3: Khi ta sinh ra trần trụi trên mặt đất.
Người đàn ông 1: Chiều đã tàn.
Người đàn ông 2: Bình minh đấy. Ta nghe có tiếng chim hót.
Người đàn ông 3: Bình minh à? Khi tôi vào đây cũng có tiếng chim hót.
Người đàn ông 1 *(với người đàn ông 2):* Nhớ lại lúc ta ngồi cà kê.
Người đàn ông 2 *(với người đàn ông 1):* Thuở đông tàn. Một thuở đông tàn. Anh bắt đầu toàn bằng những lời bịa đặt. Tôi còn đang bận cởi bỏ...
Người đàn ông 3: Hỡi ơi, khi nhà tù làm ta ngộp thở thì các anh cứ lải nhải về những lý do vu vơ. *(Lớn tiếng)* lúc ta rong chơi, ta ngủ, ta thở, chưa đủ để bị nhốt trong hầm tối hay sao?
Người đàn ông 1: Anh im đi. (Đứng dậy đi rờ rẫm) một nơi u ám.
Người đàn ông 2: Không một kẽ hở.
Người đàn ông 3 *(ngạc nhiên)*: Vậy mà ta đã chui ra từ... mầm dối trá... Mà sao khi không ta lại sa vào tay bọn chết bầm này nhỉ?
Người đàn ông 1: Một nơi đầy rác rưởi.
Người đàn ông 2: Không hơi ấm.
Người đàn ông 3 *(đứng lên, bất ngờ túm chặt lấy người đàn ông 1)*: Anh là ai? Anh là ai? Tại sao anh lại bắt ta? (Nhàu nát) trong

The room's door is closed. Light shines through a column of low, short bars. Three men sit with their arms around their knees. Silence. A while later.

Man 1 *(speaking to Man 2)*: What is your crime?
Man 2: What is my crime? Oh, what is my crime?
Man 3: I was born naked on the ground.
Man 1: The afternoon has come to pass.
Man 2: It's dawn. I hear the birds singing.
Man 3: Is it dawn? When I came here the birds were also singing.
Man 1 *(speaking to Man 2)*: I remember when I was relaxing.
Man 2 *(speaking to Man 1):* When the east fades. Once upon a time when the east fades. You always begin with fabricated words. I am still busy trying to take off…
Man 3: Alas, while this prison chokes us you men keep mumbling about nonsense. *(Loudly)* 'cause I play, 'cause I sleep, 'cause I breathe, isn't that enough reason to lock me in the hole?
Man 1: You be quiet. *(Gets up and gropes around)* A dark place.
Man 2: No slit.
Man 3 *(surprised):* Then we have crawled out of… the seeds of lies… Why else would we have fallen into the hands of these damn bastards?
Man 1: A place full of trash.
Man 2: No warmth.
Man 3 *(stands up, suddenly grabbing Man 1):* Who are you? Who are you? Why did you imprison me?

lúc ta đang khốn khổ với giấc mơ man rợ...

Người đàn ông 1 *(dằng co)*: Tại sao anh bắt ta? Trong lúc ta đang lắng nghe... *(Ấm ức)* cơn hấp hối của ngàn xanh.

Hai người cấu xé nhau dữ dội, cho đến khi mệt nhoài... Cùng đứng im.

Người đàn ông 3: Tại sao anh bắt ta?
Người đàn ông 1: Tại sao anh bắt ta?
Người đàn ông 3: Cứu tôi với.
Người đàn ông 1: Cứu tôi với.

Bỗng có tiếng chân bước dồn dập. Cánh cửa hé mở vừa đủ từng người lọt vào. Các cô gái càu nhàu, đứng chụm lại. Cửa đóng. Hai người đàn ông buông ra. Im lặng một lát.

Người đàn ông 2 *(với các cô gái)*: Các cô tội gì?
Các cô gái: Để tôi lấy ra coi.
Người đàn ông 3 *(với người đàn ông 1)*: Tôi phải nói với anh điều gì?
Người đàn ông 1: Cơn ác mộng đã hiện ra.
Người đàn ông 3: Hãy túm lại.
Người đàn ông 2 *(nói một mình)*: Mọi chuyện đều vô ích khi những khoảnh khắc cứ trôi đi.
Các cô gái *(nói với nhau)*: Tôi không thấy. Tôi không thấy gì cả.
Người đàn ông 1: Thôi cũng đành phó mặc.
Các cô gái *(nói với nhau):* Đừng động đậy.
Có tiếng cười.

(Disappointing) while I was suffering barbarous dreams…

Man 1 *(struggling)*: Why did you imprison me? While I was listening… *(Angrily)* to the death throes of a thousand jungles.

The two maul each other until they are both exhausted... Stand silently together.

Man 3: Why did you imprison me?
Man 1: Why did you imprison me?
Man 3: Help me.
Man 1: Help me.

Suddenly there are rapidly advancing footsteps. The door opens just enough for three ladies to enter one by one. The ladies protest, huddle together. The door is closed. The men let each other go. Silence for a while.

Man 2 *(speaking to the ladies):* What are your crimes?
The Ladies: Let me take it out and show you.
Man 3 *(speaking to Man 1):* What must I talk to you about?
Man 1: Our nightmares have appeared.
Man 3: Wrap them up.
Man 2: *(speaking to himself)*: Everything is futile when the moments keep slipping away.
The Ladies *(speaking simultaneously to each other):* I can't see. I don't see anything at all.
Man 1: Just let it be.
The Ladies *(speaking simultaneously to each other):* Don't move.
There is laughter from off-stage.

Người đàn ông 3: Đồ ngu ngốc.
Các cô gái *(nói với nhau):* Thì ra... Cái sần sùi của mặt mũi rõ ràng đâu phải là bằng chứng của sự đổi thay... Vậy mà ta cứ mãi lần mò...
Người đàn ông 1 *(với người đàn ông 3, sừng sộ)*: Anh nói ai?
Các cô gái *(nói với nhau):* Thử lột trần...

Nhiều tiếng cười.

Người đàn ông 2 *(với người đàn ông 1)*: Anh nói sao?
Các cô gái *(nói với nhau)*: Phải đập tan cái bí ẩn mênh mông kia mới được.

Im bặt

Người đàn ông 3 *(bình tĩnh):* Chẳng có gì phải cãi cọ. Các người chỉ thích om sòm vì những chuyện chẳng ra đâu. (Với các cô gái) này cô, bên ngoài trời còn sáng không?
Các cô gái *(với người đàn ông3):* Khi chiều vàng...
Tiếng thanh: Lúc nửa đêm.
Tiếng khàn: Tôi biết chắc là ban mai.
Người đàn ông 1: Trời còn sáng không? Cớ gì anh phải hỏi sáng hay tối? Sao anh không căng mắt ra mà nhìn xem... Ở cái nơi đáy cùng này mà anh lại tưởng tới một đốm mây rơi... Khi ta sinh ra trong hang đá...
Người đàn ông 3: Lúc lọt lòng...
Người đàn ông 1: Ta đã từng nằm gai nếm mật.
Người đàn ông 3: Đừng loái khoét.

Man 3: Stupid idiot.

The Ladies *(speaking simultaneously to each other):* So… The roughness of the face isn't proof of change… What a waste of time to search…

Man 1 *(speaking to Man 3, offended):* Who are you speaking of?

The Ladies *(speaking to each other):* Try undressing…

Lots of laughter from off-stage.

Man 2 *(speaking to Man 1)*: What did you say?

The Ladies *(speaking simultaneously to each other):* We have to smash that great big secret.

Silence.

Man 3 *(calmly):* There's nothing to argue about. You all just like to be loud about nonsensical things. *(Speaking to all Ladies)* Miss, is it still bright outside?

The ladies *(speaking to Man 3)*: When the afternoon fades to yellow…

A sweet voice *(From off-stage):* At midnight.

A gruff voice *(From off-stage):* I know for sure it is morning.

Man 1: Is it still bright outside? Why must you ask if it's bright or dark? Why don't you open your eyes widely and look for yourself… In these pits you are still imagining a floating cloud… When I was born in a cave…

Man 3: Upon my birth…

Man 1: I have already had a bitter pill to swallow.

Man 3: Don't lie.

Người đàn ông 2 *(với các cô gái):* Các cô tốt tươi như cây cỏ... Nhưng sao lại cứ băn khoăn về một nỗi tiêu ma. Hỡi ơi, cuộc rồ dại chưa xong thì các cô lại bày thêm một trò trớ trêu khác. Hãy cút đi cho khuất mắt.

Các cô gái: Anh nói chơi ư?

Tiếng Thanh: Anh châm biếm.

Tiếng khàn: Anh nói chơi thật ư?

Tiếng nhiều người: Anh cố tình châm biếm?

Người đàn ông 1 *(với người đàn ông 3)*: Anh chửi tôi đấy à? Có thật là anh muốn phỉ báng?

Người đàn ông 2 *(với các cô gái):* Có thật là các người muốn phỉ báng?

Người đàn ông 3 (với người đàn ông 2): Chúng ta đi thôi... Đi khỏi cái nơi phiền muộn này, lên một mỏm núi có cây xanh và thú lạ.

Hai người khoác tay ra đi, đụng phải cánh cửa, dội lại.

Người đàn ông 2 *(với các cô gái):* Cuối cùng rồi ta cũng gặp nhau.

Người đàn ông 3 *(với người đàn ông 1):* Cuối cùng rồi ta cũng gặp nhau.

Các cô gái *(với ba người đàn ông)*: Tại sao các người chưa lui vào khu rừng... ẩn mật? Các người chỉ làm bộ hồ nghi để cho tan mất bao nhiêu cơn cuồng mộng. Rồi các người còn nỡ bắt tiếng nói phải chịu đựng cả một cuộc tồn vong.   Các người câm đi, câm đi, câm đi.

Ba người đàn ông: A! Cái bọn láo xược.

Man 2 *(speaking to all Ladies):* You ladies are fresh like the trees and grass… But why are you worried about an apparition. Alas, your stupidity has not come to pass and already you are starting another troublesome game. Be gone with you.

The Ladies *(Speaking simultaneously to three men):* Are you joking?

A sweet voice *(From off-stage):* You mock us.

A gruff voice *(From off-stage):* Are you really joking?

Many voices *(From off-stage):* You intend to mock us?

Man 1 *(speaking to Man 3):* Are you swearing at me? Are you sure you want to slander me?

Man 2 *(speaking to all Ladies):* Are you sure you all want to slander?

Man 3 *(speaking to man 2):* Let us go now… Let us leave this troublesome place, and go to a mountain top full of green trees and strange animals.

The two men lock arms and proceed to leave, they run into a door, are knocked back.

Man 2 *(speaking to all Ladies):* Finally we meet each other.

Man 3 *(speaking to Man 1):* Finally we meet each other.

The Ladies *(speaking simultaneously to the three Men):* Why haven't you gone into the jungle… hidden? You are just pretending to suspect us so that your nightmares would disappear. And then you dare to speak about sharing great sacrifices. You all shut up, shut up, shut up.

The three Men *(speaking simultaneously):* Aha! A bunch of rude liars.

Các cô gái: A! Cái bọn già họng.

Các cô gái ồn ào, dợm tới. Ba người đàn ông nắm tay nhau, lùi lại.

Người đàn ông 1 *(nói nhỏ)*: Ta chạy thôi.
Người đàn ông 2: Phải, ta chạy thôi.
Người đàn ông 3 *(nói to)*: Ta chạy thôi.

Ba người cùng quay lại, chạy đi, đụng phải cánh cửa, ngã xuống. Bất động. Một lúc sau... Cố gắng gượng dậy, dìu nhau trở về chỗ cũ.

Người đàn ông 2 *(với các cô gái)*: Cuối cùng rồi ta cũng gặp nhau.
Các cô gái *(với người đàn ông 2)*: Anh làm ta cảm động.

Cười khúc khích.

Người đàn ông 1 *(với người đàn ông 2)*: Giữa thanh thiên bạch nhật anh lại dám tỏ tình à?
Người đàn ông 2 *(với người đàn ông 1)*: Anh vẫn quen thói bỡn cợt. Anh cũng biết rằng mặt trời biến mất khi chúng ta còn thơ ấu. Và anh đã ôm tôi khóc ngất giữa một đêm trăng non.
Người đàn ông 3: Ta nhức nhối toàn thân. Mà các anh lại cứ lảm nhảm về trăng với sao. Thế còn mặt đất đang run rẩy dưới chân ta? (Tức giận) đúng là các anh muốn chơi xỏ khi xui tôi ngụp lặn dưới bùn nhơ.

The Ladies *(speaking simultaneously):* Aha!
A bunch of talkative old men.

The Ladies cause a commotion and push forward. The Men lock arms and back up.

Man 1 *(speaking softly):* Let us run away.
Man 2: Right, let us run away.
Man 3 *(speaking loudly):* Let us run away.

The three men turn to run away, striking the door, falling down. Motionless. A while later... They struggle to get up and help each other back to their former places.

Man 2 (speaking to all Ladies): Finally we meet each other.
The Ladies *(speaking simultaneously to Man 2):*
You move me.

Giggling from off-stage.

Man 1 *(speaking to Man 2):* Right in broad daylight, you dare to express your feelings?
Man 2 *(speaking to Man 1):* You are still taken to joking. You know that the sun had disappeared when we were still young. You had embraced me and cried until you passed out one young moon night.
Man 3: I am aching all over. But you guys keep going on and on about moon and stars. What about the earth trembling beneath our feet? *(Angrily)* You guys are really back-stabbing me by coaxing me to submerge myself in mud.

Người đàn ôngm 1 *(với người đàn ông 2):* Anh hãy ôm cái dĩ vãng của anh đi đi. Tôi đâu có mắc mớ gì tới những cái vớ vẩn của anh.

Người đàn ông 2 *(thất vọng):* Thế là ta lại lang thang một mình với nỗi cô quạnh. Ôi, rừng hoang, rừng hoang, rừng hoang...

Người đàn ông 3 *(với các cô gái):* Còn cái lũ yêu tinh này.

Người đàn ông 2: Cái lũ yêu tinh này.

Người đàn ông 1: Cái lũ yêu tinh này.

Các cô gái: A! Một bọn gàn dở.

Các cô gái hùng hổ, bao quanh. Ba người đàn ông sợ hãi, lùi lại.

Người đàn ông 1: Tôi trốn đây.

Ba người cùng lùi lại một bước.

Người đàn ông 2: Thôi trốn đi.

Ba người cùng lùi lại thêm một bước.

Người đàn ông 3: Đến nước này, ta cũng phải trốn thôi.

Ba người vừa ngó chung quanh vừa kéo nhau đi nhanh ra cửa. Bỗng có tiếng ồn ào rồi rất nhiều bước chân dồn dập và không ngớt... Cánh cửa mở. Thêm một tốp con gái ùa vào. Ba người đàn ông ôm lấy nhau, đứng dựa sát tường... Trong lúc các cô gái xô đẩy, la hét, cào cấu kịch liệt... Căn phòng bị nêm cứng đến nỗi mọi người không ai cục cựa nổi.

Man 1 *(speaking to Man 2):* You gather up your past and take it with you. I have nothing to do with your foolishness.

Man 2 *(let down):* So I am left to wander alone with my loneliness. Oh, wild jungle, wild jungle, wild jungle…

Man 3 *(speaking to all Ladies):* What about you band of demons?

Man 2: This band of demons.

Man 1: This band of demons

The Ladies: Aha! A bunch of kooky old men.

The Ladies circle about sinisterly. The frightened men back up.

Man 1: I am hiding.

The three men all take a step back.

Man 2: Let us go hide.

The three Men take another step back.

Man 3: It has come to this, I have to hide too.

The Men look about and pull each other toward the door. Suddenly a rush of noisy footsteps advance on them… The door is opened. Another group of ladies are forced in. The three men hold tightly to each other, stand themselves up against the wall… While the lades push and shout and scratch at each other… The room is packed so full that no one is able to move.

Cửa khép chặt.

Ba người đàn ông: Cứu tôi với.
Các cô gái: Cứu tôi với.

Tiếng kêu thét rồi chỉ còn là tiếng rống, tiếng rên, tiếng thở dốc. Mọi người lần lượt ngã xuống, vật vã, chồng chất lên nhau... cho đến khi căn phòng chỉ còn vừa đủ ánh sáng để nhận ra những khối đen bất động và im lặng.

MÀN

Tập thơ "Dấu Quê" gồm ba phần: Cấu Trúc, Dấu Quê và Ngục Biếc, như nét vẽ nguệch ngoạc một nẻo đường, mang ý nghĩa: Chúng ta thúc đẩy phải ra đi bởi vì vẫn ám ảnh có một chỗ quay về. "Ngục Biếc" được hoàn tất vào khoảng 1984, nhân vật và khung cảnh có thật, tác giả chỉ thêm vào lời nói như một bài thơ trong dạng kịch.

The door is shut tightly.

The three Men: Help us.
The Ladies: Help us.

he screams ebb into growls, moans, heavy breathing. Everyone falls down one by one, exhausted, piling upon each other... until the room is barely lit, just enough to notice the silent and motionless shadows.

CURTAIN

Note

The poetry collection "Traces Of My Homeland" consists of three parts: Structure, Traces of My Homeland and The Bluish-Green Prison, like the brush strokes drawing a road, with the meaning: We are motivated to leave because we are haunted by a place to return to. "The Bluish-Green Prison" was completed in 1984, the characters and situations were real, the author only added dialogue like a poem in the format of a play.

(This play is not under the editorship of Carol J. Compton and the reading of poet Tom Riordan.)

BIOGRAPHY

TIỂU SỬ

Khế Iêm

Ông sinh tại Lê xá, Vụ Bản, Nam Định, Bắc Việt Nam, năm 1946 (giấy khai sinh ghi năm 1947). Ông sáng lập và chủ biên *Tạp Chí Thơ* (1994-2004), chủ biên tạp chí online câu lạc Bộ Thơ Tân Hình Thức *www.thotanhinhthuc.org* từ năm 2004. Những bài thơ dịch của ông xuất hiện trên *Xconnect* (bộ III, số II), *Literary Review* (số Mùa Đông 2000) và *The Writers Post*. Tiểu luận của ông xuất hiện trên *The Writers Post*. Ông đã xuất bản *Hột Huyết*, kịch; 1972, *Thanh Xuân*, thơ, 1992; *Dấu Quê*, thơ, 1996; *Thời của Quá khứ*, truyện, 1996; *Tân Hình Thức, Tứ Khúc Và Những Tiểu Luận Khác, tiểu luận*, 2003.

Ông đã biên tập hai tuyển tập thơ song ngữ Anh Việt, *Thơ Không Vần* (Blank Verse, 2006) và *Thơ Kể* (Poetry Narrates 2010); cả hai đều là thơ Tân Hình thức Việt. Tuyển tập thơ song ngữ của ông: *Thơ Khác*.

Đỗ Vinh

Đỗ Vinh sinh năm 1968 ở Trung phần Việt Nam. Thơ và bài viết của ông đã xuất hiện trên *Tiên Rồng, The New Asian Journal, The Seattle Weekly, The Vietnam Forum of the Yale University*, và *Tạp chí Thơ*. Ông đã tham dự những buổi đọc thơ tại World Beyond Festival, Beyond Baroque và LA Poetry Festival trong mục những nhà thơ mới liên tiếp trong năm 2001 và 2002.

Khế Iêm

He was born in Lê xá, Vụ Bản, Nam Định, North Việt Nam, in 1946 (Birth Certificate shows 1947). Founder and editor in chief of *Tạp Chí Thơ* (Journal of Poetry from 1994 to 2004), Editor of online Journal for New Formalism Poetry Club, *www.thotanhinhthuc.org*, since 2004. His translated poems have appeared in *Xconnect* (volume III, Issue II), *Literary Review (*Winter 2000) and *The Writers Post.* His essays have appeared in *The Writers Post.* He has published *Hột Huyết* (Blood Seed) play, 1972, *Thanh Xuân* (Youth) poetry, 1992, *Dấu Quê* (Traces of the Homeland), poetry, 1996, *Thời của Quá khứ* (A Time Past), stories, 1996, *Tân Hình Thức, Tứ Khúc Và Những Tiểu Luận Khác* (New Formalism, four quartets, and other essays), 2003.

He has edited *Blank Verse* (2006) and *Poetry Narrates* (2010); both are Vietnamese New Formalism Poetry. His collection of poems, a bilingual edition, is *Other Poetry* (2011)

Đỗ Vinh

He was born 1968 in the Central Highlands of Việt Nam. His poetry and writings have appeared in *Tiên Rồng, The New Asian Journal, The Seattle Weekly, The Vietnam Forum of the Yale University*, and *Tạp chí Thơ* (Journal of Poetry). He gave readings at World Beyond Festival, Beyond Baroque and LA Poetry Festival as part of their Newer Poets series in 2001 and 2002.

Carol J. Compton

Dr. Carol J. Compton hiện là hội viên danh dự của Trung tâm Nghiên cứu Đông Nam Á tại Đại học Wisconsin-Madison (từ 2010 đến nay). Bà nhận được văn bằng tiến sĩ ngữ học tại Đại học Michigan năm 1977 và có kinh nghiệm về nghiên cứu bao quát, giảng dạy và xuất bản liên quan tới sự nghiên cứu về những ngôn ngữ Đông nam Á châu. Chủ yếu bà nghiên cứu về ngôn ngữ Lào và Thái, mặc dù bà cũng có những kinh nghiệm chuyên ngành về ngôn ngữ Hmong và Khmer, và mới đây xuất bản một bài nhan đề "Filipino as a Global Language: Teresita V. Ramos, the Woman behind It", trong tập tiểu luận về văn học và ngôn ngữ Philippine, biên tập bởi Ruth Elynia S. Mabanglo và Rosita G. Galang (2010). Tuy nhiên, kinh nghiệm nghiên cứu của bà về Đông nam Á châu ở cả bề sâu cũng như bề rộng. Dr. Carol bắt đầu là một tình nguyện viên của cơ quan Peace Corps vào năm 1963 trước khi chuyển sang tình nguyện làm công việc Phát triển Nông thôn với những dân tộc Hmong, Red Tai, Black Tai, Khmu và Lao vào năm 1965. Sau đó bà bắt đầu giảng dạy Anh ngữ cho người ngoại quốc qua rất nhiều trường Đại học như Đại học Illinois, Đại học Khon Khaen (Thailand), Đại học Michigan, Đại học North Carolina, Đại học Cornell, Đại học Northern Illinois, Ithaca College, Đại học Hawai'I, Đại học tiểu bang Arizona và Đại học Oregon. Cuối cùng, bà tới Wisconsin vào năm 1989, dạy ở trung tâm Giáo dục song ngữ trước khi tham gia Trung tâm Nghiên cứu Đông Nam Á châu vào năm 1993, làm việc với Viện nghiên cứu Đông Nam Á châu mùa Hè (SEASSI).

Cùng với những kinh nghiệm nghiên cứu và giảng dạy, Dr. Carol J. Compton cũng là biên tập cho: *Tập san Outreach*

Carol J. Compton

Dr. Carol J. Compton is currently an Honorary Fellow at the Center for Southeast Asian Studies at the University of Wisconsin-Madison (2010-persent). She received here PhD in Linguistics from Michigan University in 1977 and has extensive research, teaching and publishing experience related to the study of Southeast Asian Languages. She has worked predominantly with Lao and Thai languages, although she also has professional experiences working with the Hmong and Khmer and has recently published an article titled "Filipino as a Global Language: Teresita V. Ramos, the Woman behind It" in Essays on Philippine Language and Literature, edited by Ruth Elynia S. Mabanglo and Rosita G. Galang (2010). However, her experience in working with Southeast Asian Studies is also as deep as it is broad. Dr. Compton began as a Peace Corps Volunteer in 1963 before moving on to work with Hmong, Red Tai, Black Tai, Khmu and Lao peoples as a Rural Development Volunteer in 1965. She then began working in English as a Second Language instruction which led her through numerous positions Southern Illinois University, Khon Khaen University (Thailand), University of Michigan, University of North Carolina, Cornell University, Northern Illinois University, Ithaca College, University of Hawai'I, Arizona State and University of Oregon. Through this work she first arrived in Wisconsin in 1989, working for the Center for Bilingual Education before she first joined the Center for Southeast Asian Studies in 1993 in her work with the Southeast Asia Studies Summer Institute (SEASSI).

In addition to her research and teaching experiences Dr. Compton also has also edited: *Outreach Resources Bulletin,*

Resources, ấn phẩm của Chương trình Đông Nam Á châu của Đại học Cornell (1979-1983), *tập san Khosana* của nhóm nghiên cứu về Thái Lan, Lào, Cambodia (Những ấn phẩm của Hiệp hội Nghiên cứu Á châu: 1981-1984), *Tập san Những Giáo chức Ngôn ngữ vùng Đông Nam Á* (1986-1990), *tạp chí Giảng dạy Ngôn Ngữ Đông Nam Á* (Biên tập đặc biệt: Vols. VIII and IX), *tạp chí Giảng dạy Ngôn Ngữ Đông Nam Á* (2005-2008; trên mạng vào năm 2006), *tập san NCOLCTL*, Tập 2, Số 1 (mùa hè 1995) và mới đây: *Khung học Ngôn ngữ cho những giáo chức người Philippine,* Ấn bản đặc biệt của *tạp chí Giảng dạy Ngôn Ngữ Đông Nam Á* "Hội đồng Giáo chức Ngôn ngữ Đông Nam Á châu", lịch sử tóm tắt (với Frederick Jackson và Teresita Ramos – 2012) a publication of the Cornell University Southeast Asia Program (1979-1983), *Khosana*, Bulletin of the Thailand, Laos Cambodia Study Group (Association for Asian Studies publication series: 1981-1984), the *Bulletin for Teachers of Southeast Asian Languages* (1986-1990), *the Journal of Southeast Asian Language Teaching,* (guest editor: Vols. VIII and IX), *the Journal of Southeast Asian Language Teaching* (2005-2008; online as of 2006), the *NCOLCTL Bulletin*, Vol. 2, No. 1 (Summer 1995) and most recently: *The Language Learning Framework for Teachers of Filipino,* Special Issue of the *Journal of Southeast Asian Language Teaching* "Council of Teachers of Southeast Asian Languages," a brief history (With Frederick Jackson and Teresita Ramos – 2012)

Made in United States
North Haven, CT
10 November 2026

22095624R00098